Impressum
Verlag: BABADADA GmbH, Nedderfeld 112 , 22529 Hamburg
Geschäftsführer / Verlagsleitung: Harald Hof
Druck: Books on Demand GmbH, In de Tarpen 42, 22848 Norderstedt

Imprint
Publisher: BABADADA GmbH, Nedderfeld 112 , 22529 Hamburg, Germany
Managing Director / Publishing direction: Harald Hof
Print: Books on Demand GmbH, In de Tarpen 42, 22848 Norderstedt, Germany

学校

trường học

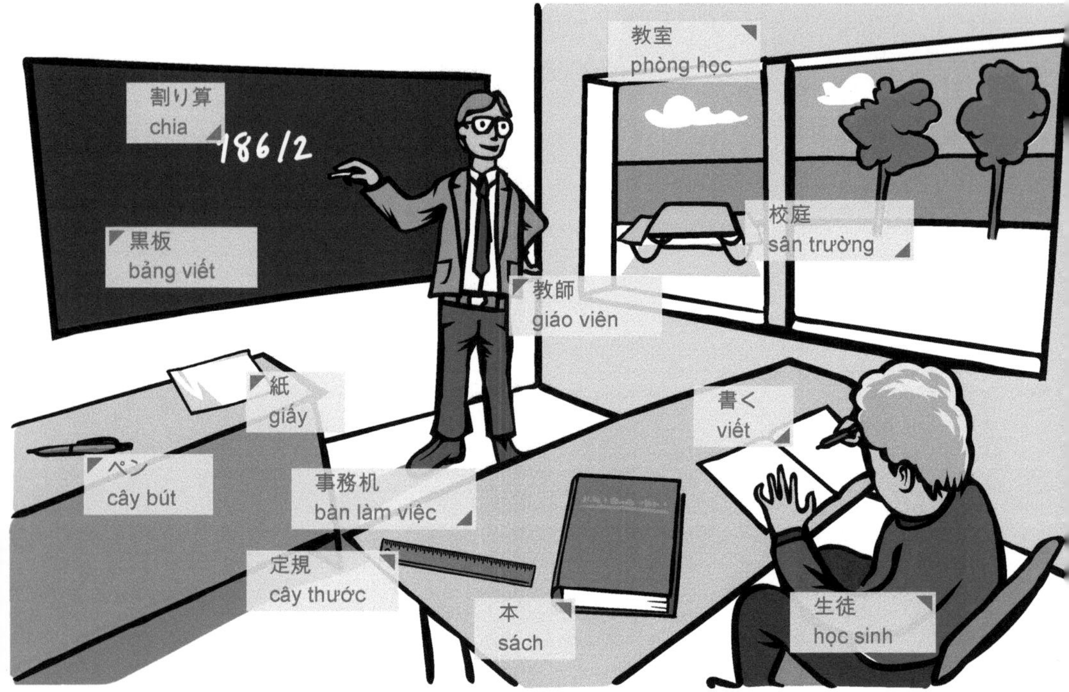

教室
phòng học
割り算
chia
186/2
黒板
bảng viết
校庭
sân trường
教師
giáo viên
紙
giấy
書く
viết
ペン
cây bút
事務机
bàn làm việc
定規
cây thước
本
sách
生徒
học sinh

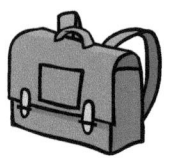

ランドセル

cặp đeo vai học sinh

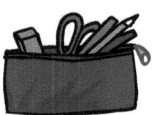

筆入れ

hộp đựng bút

鉛筆

bút chì

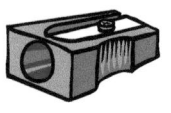

鉛筆削り

cái gọt bút chì

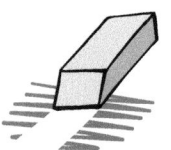

消しゴム

cục tẩy

スケッチブック

tập giấy vẽ

スケッチ
bản vẽ

絵筆
cọ vẽ

絵の具箱
hộp mực vẽ

はさみ
cây kéo

接着剤
keo dán

練習帳
sách bài tập

宿題
bài tập ở nhà

数
số

足し算
cộng

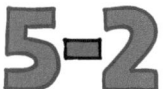

引き算
trừ

かけ算
nhân

計算する
tính toán

文字
chữ cái

アルファベット
bảng chữ cái

単語
từ

テキスト

văn bản

読む

đọc

チョーク

phấn viết

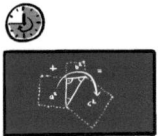

授業

bài học

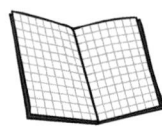

学級日誌

sổ lớp

試験

thi kiểm tra

通知表

chứng chỉ

制服

đồng phục học sinh

教育

giáo dục

百科事典

từ điển bách khoa

大学

đại học

顕微鏡

kính hiển vi

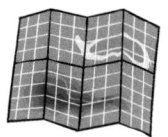

地図

bản đồ

ごみ箱

thùng rác giấy

旅行
du lịch

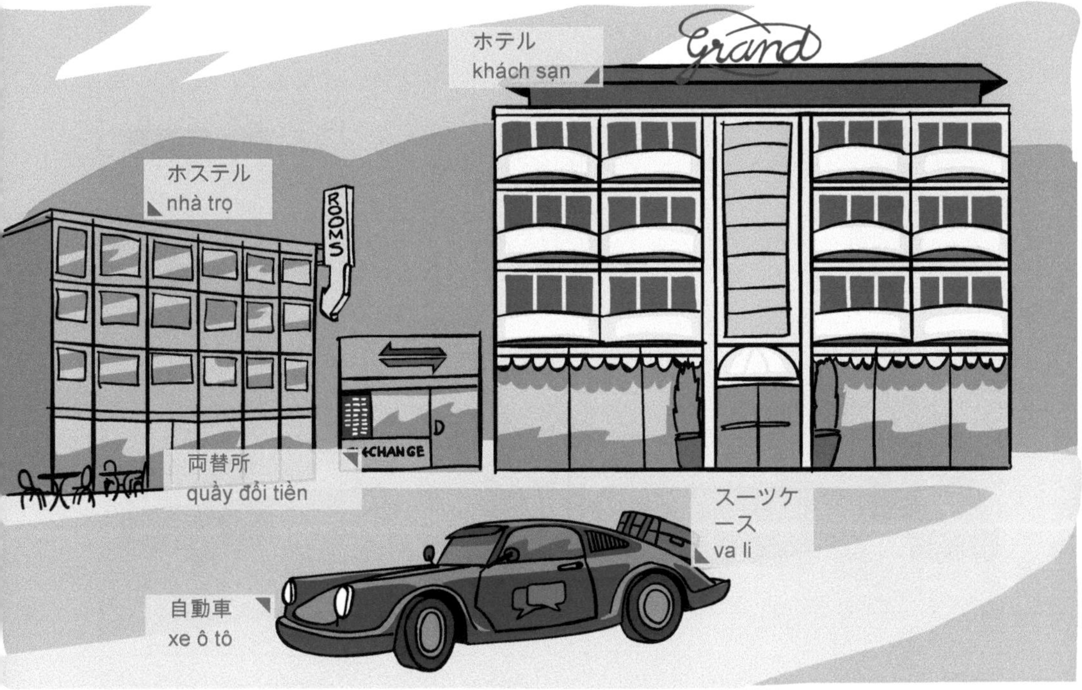

Grand
ホテル
khách sạn
ホステル
nhà trọ
ROOMS
両替所
quầy đổi tiền
EXCHANGE
スーツケース
va li
自動車
xe ô tô

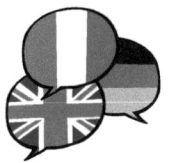

言語
ngôn ngữ

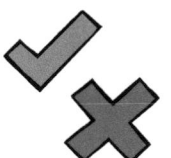

はい / いいえ
có / không

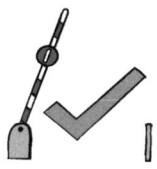

問題ない
ô kê

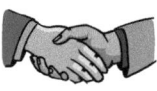

ハロー
Xin chào

翻訳者
thông dịch viên

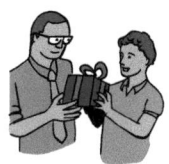

ありがとう
cám ơn

…はいくらですか？
… bao nhiêu tiều?

わかりません
tôi không hiểu

問題
vấn đề

こんばんは！
Xin chào! (buổi tối)

おはようございます！
xin chào! (buổi sáng)

おやすみなさい！
chúc ngủ ngon!

さようなら
tạm biệt

方向
hướng đi

手荷物
hành lý

バッグ
túi xách

リュックサック
túi ba lô

お客様
khách

部屋
phòng

寝袋
túi ngủ

テント
lều

旅行者情報

thông tin du lịch

ビーチ

bãi biển

クレジットカード

thẻ tín dụng

朝食

ăn sáng

昼食

ăn trưa

夕食

ăn tối

チケット

vé xe

エレベーター

thang máy

スタンプ

tem bưu điện

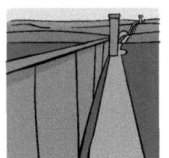

境界

biên giới

税関

hải quan

大使館

đại sứ quán

ビザ

thị thực

パスポート

hộ chiếu

輸送
vận chuyển

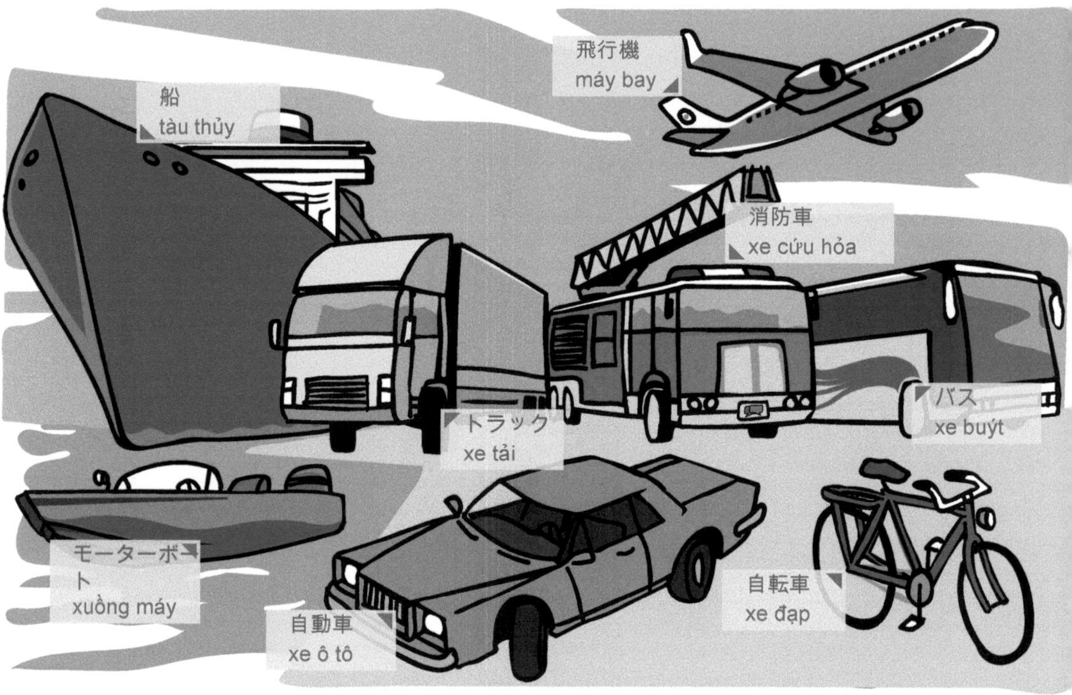

飛行機
máy bay
船
tàu thủy
消防車
xe cứu hỏa
トラック
xe tải
バス
xe buýt
モーターボート
xuồng máy
自動車
xe ô tô
自転車
xe đạp

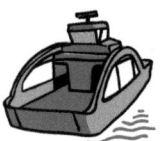

フェリー

phà

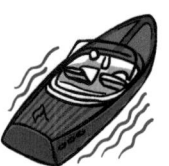

ボート

xuồng

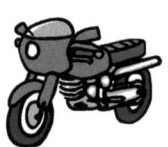

バイク

xe máy

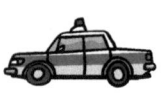

パトカー

xe cảnh sát

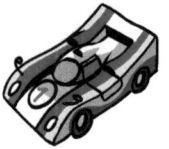

レーシングカー

xe đua

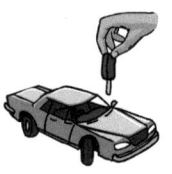

レンタカー

xe cho thuê

カーシェアリング

dịch vụ thuê xe tự lái

レッカー車

xe kéo cứu hộ

ごみ収集車

xe rác

モーター

động cơ

燃料

xăng

ガソリンスタンド

trạm xăng

交通標識

biển báo giao thông

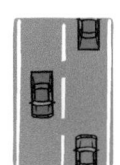

交通

giao thông

渋滞

ách tắc giao thông

駐車場

bãi đậu xe

駅

nhà ga

道

đường ray

列車

xe lửa

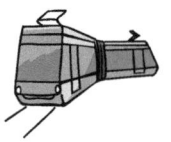

路面電車

tàu điện

車両

toa xe

ヘリコプター

máy bay trực thăng

空港

sân bay

タワー

tháp

乗客

hành khách

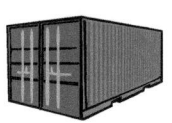

コンテナ

côngtenơ

段ボール箱

thùng các-tông

カート

xe đẩy

カゴ

cái giỏ

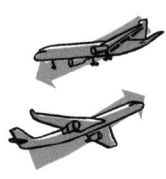

離陸 / 着陸

cất cánh / hạ cánh

都市

thành phố

村

làng

都心

trung tâm thành phố

家

nhà

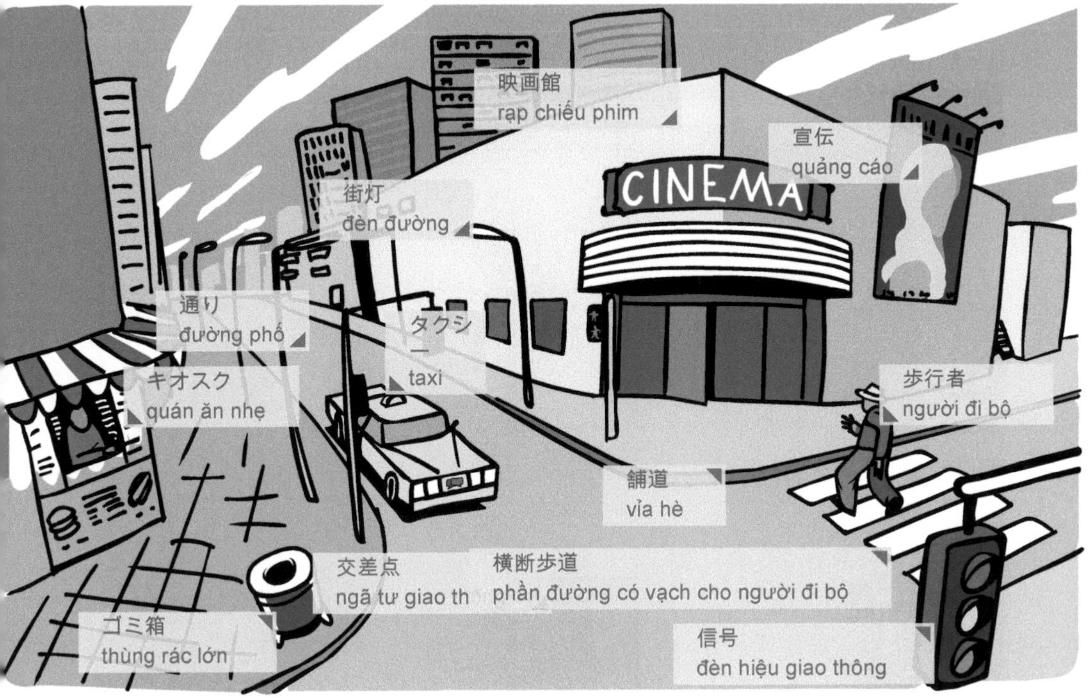

映画館
rạp chiếu phim

宣伝
quảng cáo

街灯
đèn đường

CINEMA

通り
đường phố

タクシー
taxi

キオスク
quán ăn nhẹ

步行者
người đi bộ

舗道
vỉa hè

交差点
ngã tư giao th

横断歩道
phần đường có vạch cho người đi bộ

ゴミ箱
thùng rác lớn

信号
đèn hiệu giao thông

小屋
nhà chòi

アパート
căn hộ

駅
nhà ga

市役所
tòa thị chính

MUSEUM

美術館
viện bảo tàng

学校
trường học

大学

đại học

銀行

ngân hàng

病院

bệnh viện

ホテル

khách sạn

薬局

hiệu thuốc

オフィス

văn phòng

書店

hiệu sách

ショップ

cửa hiệu

花屋

cửa hiệu bán hoa

スーパーマーケット

siêu thị

市場

chợ

デパート

cửa hàng bách hóa

魚屋

người bán cá

ショッピングセンター

trung tâm mua bán

港

bến cảng

公園

công viên

ベンチ

ghế băng

橋

cầu

階段

cầu thang

地下鉄

tàu điện ngầm

トンネル

đường hầm

バス停

trạm xe buýt

バー

quán bar

レストラン

khách sạn

ポスト

hòm thư công cộng

道路標識

bảng hiệu đường

パーキングメーター

đồng hồ đậu xe

動物園

vườn bách thú

スイミングプール

bể bơi

モスク

nhà thờ Hồi giáo

農場

nông trại

污染

ô nhiễm môi trường

墓地

nghĩa trang

教会

nhà thờ

遊び場

sân chơi

寺

ngôi đền

風景
phong cảnh

葉
lá cây

道標
bảng chỉ đường

道
lối đi

草地
bãi cỏ

石
hòn đá

木
cây

ハイカー
người đi bộ đường dài

川
sông

草
cỏ

花
bông hoa

谷

thung lũng

山

đồi

湖

hồ nước

森

rừng

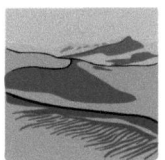

砂漠

sa mạc

火山

núi lửa

城

lâu đài

虹

cầu vồng

キノコ

nấm

ヤシの木

cây cọ

蚊

con muỗi

ハエ

con ruồi

蟻

con kiến

ミツバチ

con ong

クモ

con nhện

風景 - phong cảnh

カブトムシ

bọ cánh cứng

蛙

con ếch

リス

con sóc

ハリネズミ

con nhím

ウサギ

con thỏ

フクロウ

con cú

鳥

con chim

白鳥

thiên nga

雄豚

heo rừng

鹿

con hươu

ヘラジカ

nai sừng tấm

ダム

đê

風力タービン

tuabin gió

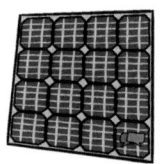

ソーラーパネル

tấm năng lượng mặt trời

気候

khí hậu

レストラン
khách sạn

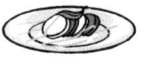

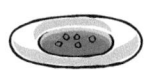

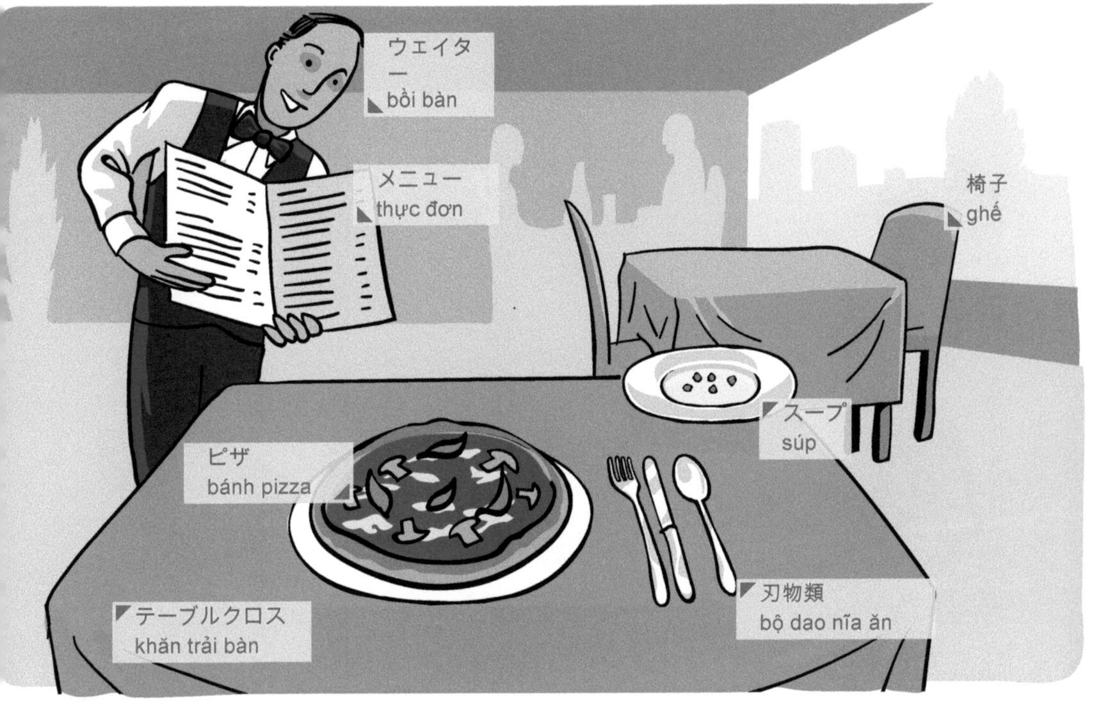
ウェイター
bồi bàn
メニュー
thực đơn
椅子
ghế
スープ
súp
ピザ
bánh pizza
テーブルクロス
khăn trải bàn
刃物類
bộ dao nĩa ăn

前菜

món ăn khai vị

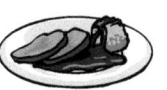

メインコース

món ăn chính

デザート

món tráng miệng

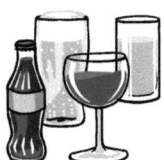

飲み物

thức uống

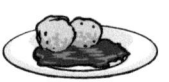

食べ物

thức ăn

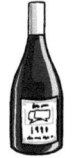

ボトル

cái chai

ファストフード

thức ăn nhanh

屋台の食べ物

thức ăn đường phố

ティーポット

ấm trà

砂糖入れ

hộp đường

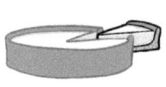

一人前

khẩu phần

エスプレッソマシン

máy pha espresso

幼児用食事椅子

ghế cao

請求書

hóa đơn

トレー

khay

ナイフ

dao

フォーク

nĩa

スプーン

thìa

ティースプーン

thìa uống trà

ナプキン

khăn ăn

グラス

cốc thủy tinh

皿
đĩa

スープ皿
đĩa súp

受け皿
đĩa lót cốc

ソース
nước sốt

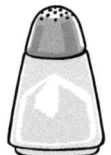

塩入れ
lọ muối

ペッパーミル
cái xay tiêu

酢
giấm

油
dầu

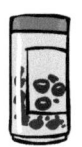

スパイス
gia vị

ケチャップ
nước xốt cà chua

マスタード
tương hạt cải

マヨネーズ
nước sốt mayonnaise

スーパーマーケット

siêu thị

特価品
chào giá đặc biệt
顧客
khách hàng
乳製品
sản phẩm từ sữa
果物
trái cây
ショッピング・カート
xe đẩy mua sắm
FOR

BUTCHERS

肉屋

lò mổ

BAKERY

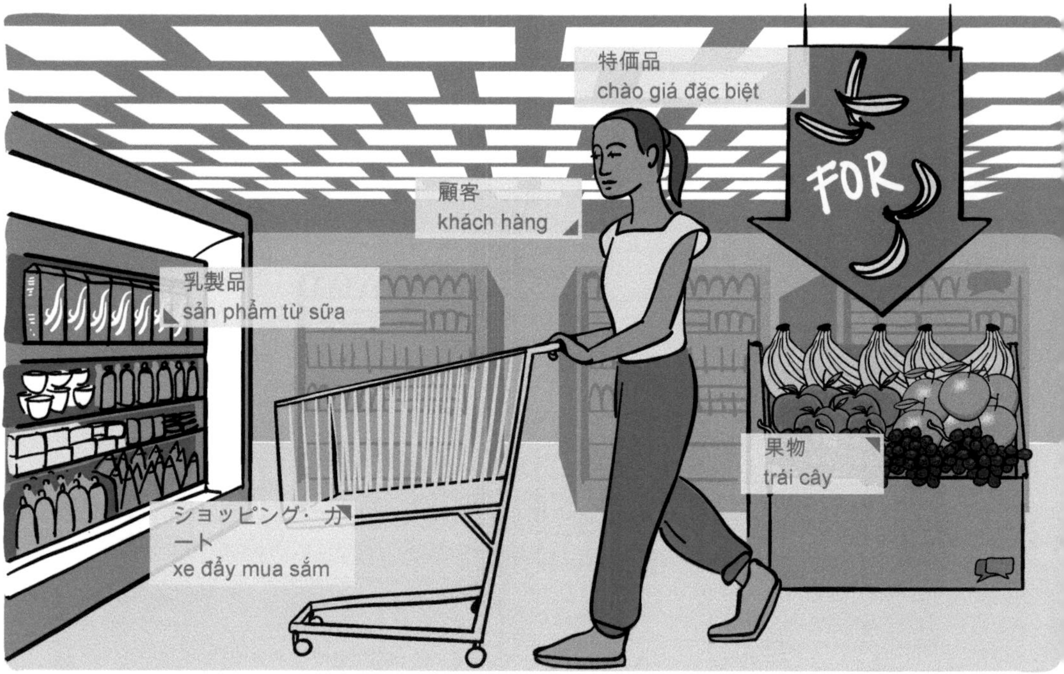

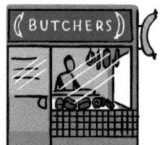

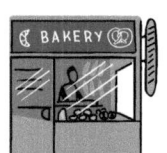

パン屋

cửa hiệu bán bánh mì

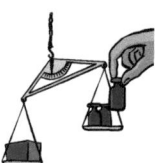

重さをはかる

cân nặng

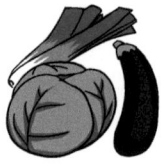

野菜

rau quả

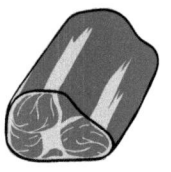

肉

thịt

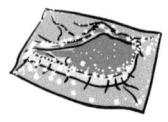

冷凍食品

thức ăn đông lạnh

冷肉の薄切り

lát thịt nguội

缶詰食品

đồ hộp

洗剤

bột giặt

菓子

đồ ngọt

家庭用品

sản phẩm dùng trong gia đình

清掃用品

chất tẩy rửa

販売員

người bán hàng

現金箱

quầy trả tiền

レジ係

nhân viên thu ngân

買い物リスト

danh sách mua sắm

開館時刻

giờ mở cửa

財布

ví tiền

クレジットカード

thẻ tín dụng

バッグ

túi đeo

ポリ袋

túi ny lông

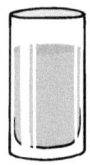

水

nước

ジュース

nước quả ép

牛乳

sữa

コーラ

coca-cola

ワイン

rượu vang

ビール

bia

アルコール

cồn

ココア

cacao

紅茶

trà

コーヒー

cà phê

エスプレッソ

espresso

カプチーノ

cappuccino

バナナ

chuối

リンゴ

quả táo

オレンジ

quả cam

メロン

dưa hấu

レモン

chanh

ニンジン

cà rốt

ニンニク

tỏi

竹

tre

玉ねぎ

củ hành

キノコ

nấm

ナッツ

hạt dẻ

ヌードル

mì

スパゲッティ

mì spaghetti

米

cơm

サラダ

xà lách

フライドポテト

khoai tây chiên

フライドポテト

khoai tây chiên

ピザ

bánh pizza

ハンバーガー

bánh hamburger

サンドウィッチ

bánh mì sandwich

カツレツ

thịt côtlet

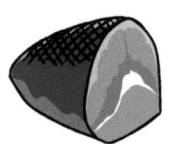

ハム

thịt giăm bông

サラミ

xúc xích

ソーセージ

dồi

鶏肉

gà

焼き

rán

魚

cá

麦のお粥

cháo yến mạch

ムーズリ

cháo muesli

コーンフレーク

bánh bột ngô nướng

小麦粉

bột mì

クロワッサン

bánh sừng bò

ロールパン

bánh mì

パン

bánh mì

トースト

bánh mì nướng

ビスケット

bánh bích quy

バター

bơ

カッテージチーズ

sữa đông

ケーキ

bánh ngọt

卵

trứng

目玉焼き

trứng rán

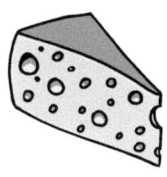

チーズ

pho mát

アイスクリーム

kem

砂糖

đường

はちみつ

mật ong

ジャム

mứt

ヌガークリーム

kem nougat

カレー

cà ri

農場
nông trại

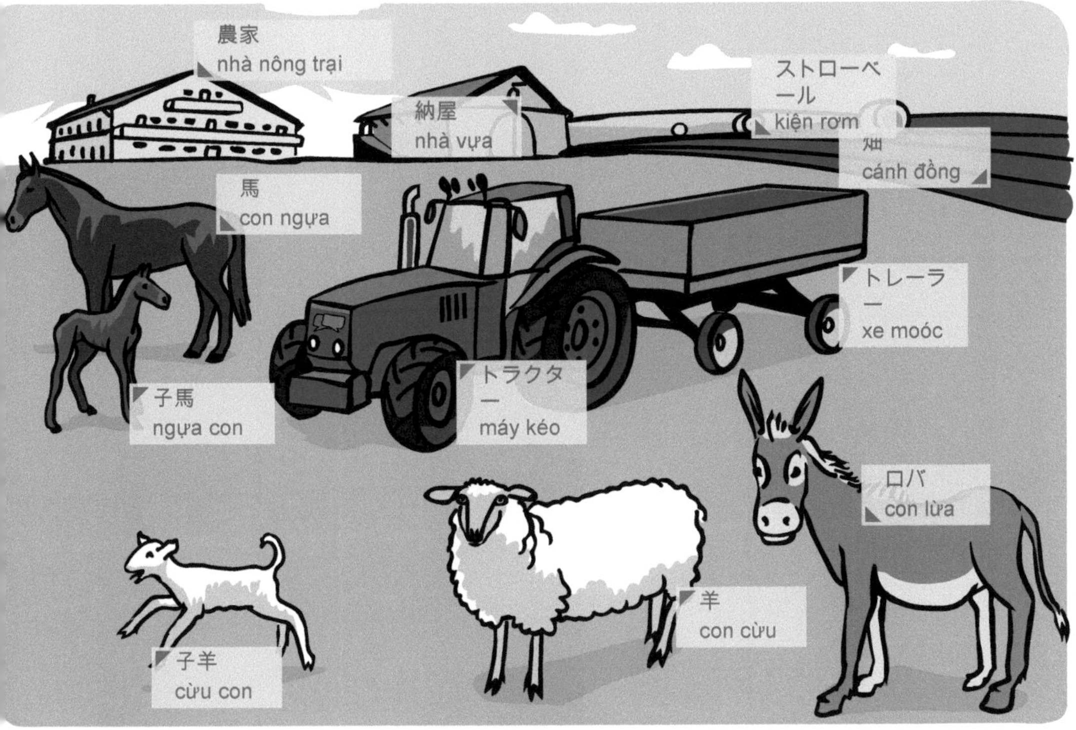

農家
nhà nông trại
納屋
nhà vựa
ストローベール
kiện rơm
畑
cánh đồng
馬
con ngựa
トレーラー
xe moóc
子馬
ngựa con
トラクター
máy kéo
ロバ
con lừa
羊
con cừu
子羊
cừu con

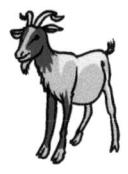

ヤギ
con dê

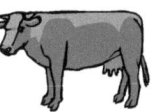

雌牛
con bò

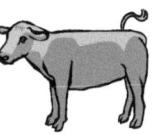

子牛
con bê

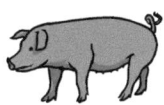

豚
con lợn

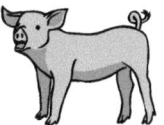

子豚
lợn con

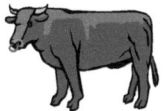

雄牛
bò đực

ガチョウ

con ngỗng

アヒル

con vịt

ひよこ

gà con

にわとり

gà mái

おんどり

gà trống

ネズミ

con chuột

猫

mèo

ねずみ

chuột nhắt

雄牛

bò đực

犬

con chó

犬小屋

nhà chuồng chó

散水ホース

ống tưới vườn cây

じょうろ

thùng tưới cây

大鎌

lưỡi hái

すき

cái cày

草刈り鎌
cái liềm

くわ
cái cuốc

堆肥用フォーク
cái chĩa

斧
cái rìu

手押し車
xe cút kít

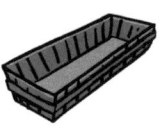

かいばおけ
máng ăn

牛乳缶
lọ sữa

袋
bao tải

フェンス
hàng rào

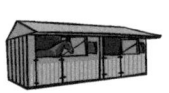

畜舎
chuồng

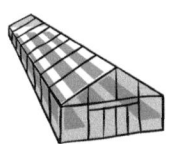

温室
nhà kính trồng cây

土壌
đất trồng

種
hạt giống

肥料
phân bón

コンバイン
máy gặt đập liên hợp

収穫する

thu hoạch

収穫

mùa thu hoạch

ヤマイモ

khoai lang

小麦

lúa mì

大豆

đậu nành

じゃがいも

khoai tây

トウモロコシ

ngô

菜種

hạt cải dầu

果樹

cây ăn trái

キャッサバ

sắn

穀物

ngũ cốc

煙突
ống khói

屋根
mái nhà

排水管
ống máng mước mưa

窓
cửa sổ

車庫
ga ra

呼び鈴
chuông cửa

ドア
cửa

ゴミ箱
thùng rác

郵便受け
hòm thư

庭
vườn

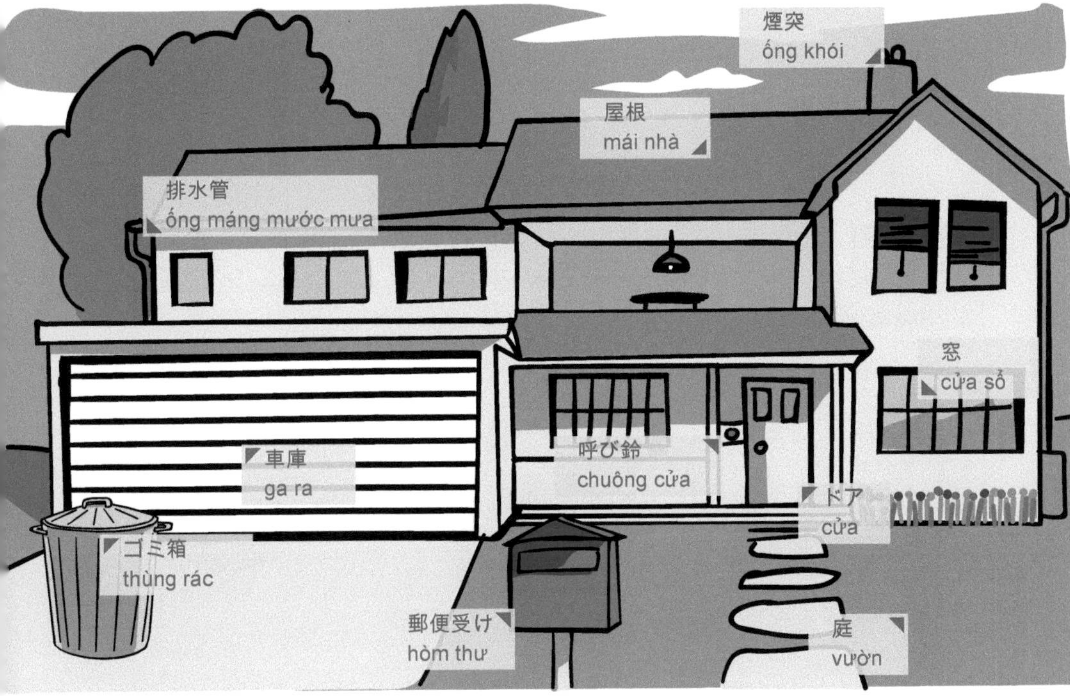

リビングルーム

phòng khách

浴室

phòng tắm

台所

bếp

寝室

phòng ngủ

子供部屋

phòng trẻ em

ダイニング・ルーム

phòng ăn

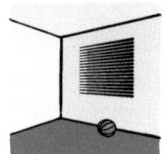

床

nền nhà

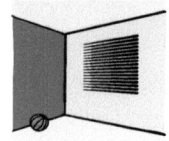

壁

tường

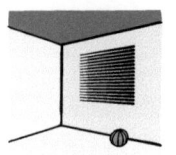

天井

trần nhà

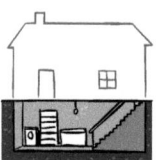

地下貯蔵庫

tầng hầm

サウナ

tắm hơi

バルコニー

ban công

テラス

sân hiên

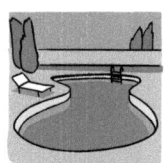

プール

bể bơi

芝刈り機

máy cắt cỏ

シーツ

khăn trải giường

ベッドカバー

khăn trải giường

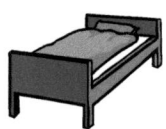

ベッド

giường

ほうき

chổi

バケツ

cái xô

スイッチ

công tắc điện

リビングルーム

phòng khách

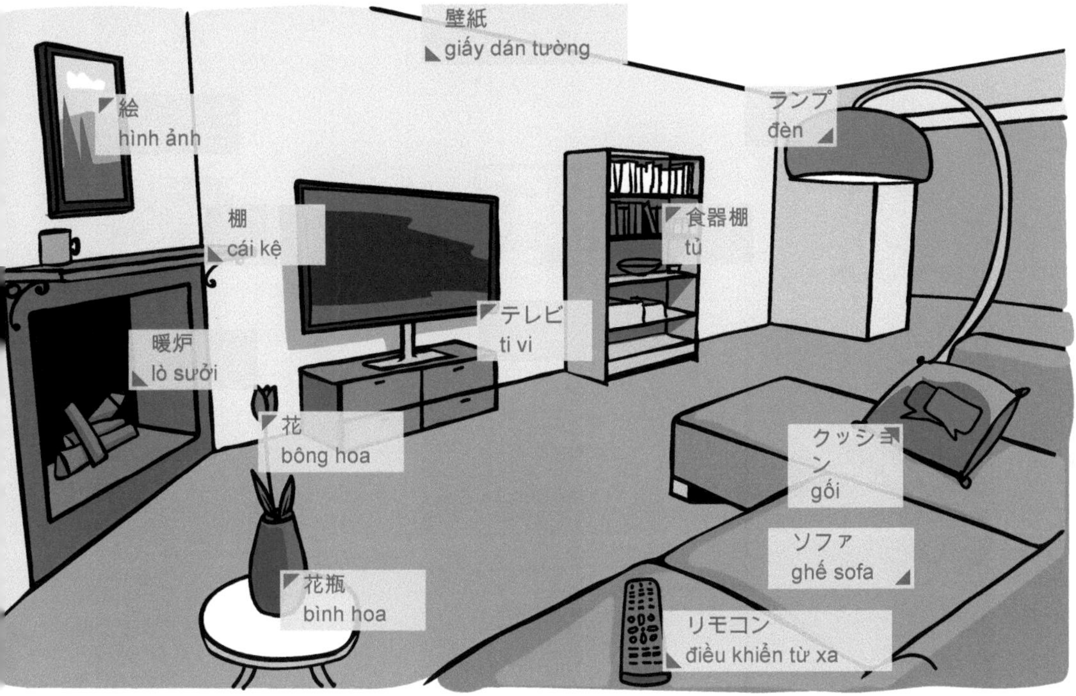

壁紙
giấy dán tường
絵
hình ảnh
ランプ
đèn
棚
cái kệ
食器棚
tủ
暖炉
lò sưởi
テレビ
ti vi
花
bông hoa
クッション
gối
ソファ
ghế sofa
花瓶
bình hoa
リモコン
điều khiển từ xa

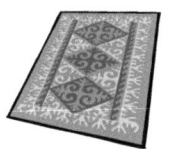

カーペット

thảm

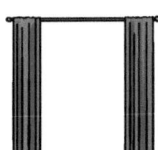

カーテン

rèm

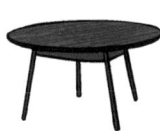

テーブル

cái bàn

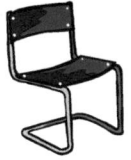

椅子

ghế

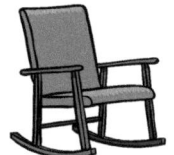

ロッキングチェア

ghế bập bênh

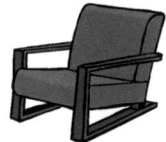

ひじ掛け椅子

ghế bành

本
sách

毛布
cái chăn

飾り
đồ trang trí

たきぎ
củi

映画
phim

ステレオ
máy hi-fi

鍵
chìa khóa

新聞
báo

絵画
bức tranh

ポスター
áp phích

ラジオ
radio

メモ帳
sổ ghi chép

掃除機
máy hút bụi

サボテン
cây xương rồng

ろうそく
cây nến

冷蔵庫
tủ lạnh

電子レンジ
lò viba

調理用はかり
cái cân trong bếp

トースター
máy nướng bánh

洗剤
chất tẩy rửa

オーブン
lò nướng

冷凍室
ngăn tủ đông lạnh

ゴミ箱
thùng rác

食器洗い機
máy rửa bát

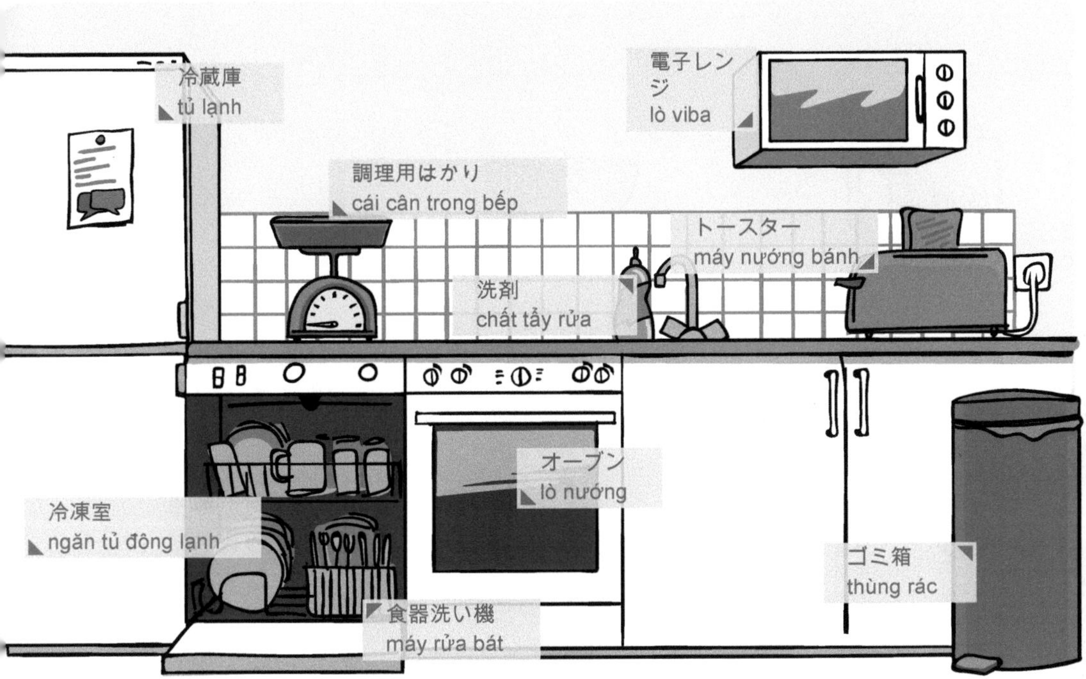

こんろ

lò nấu

鍋

nồi

鉄鍋

nồi sắt

中華鍋/ カダイ鍋

chảo

フライパン

chảo

やかん

ấm đun nước

蒸し器

nồi đun hơi

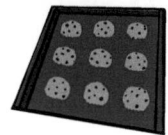

天板

khay lò nướng

食器

bát đĩa

マグカップ

cốc

ボウル

cái bát

箸

đũa

おたま

cái vá

へら

bàn xẻng

泡立て器

que đánh kem

こし器

rây dùng trong bếp

ふるい

cái rây lọc

すりおろし器

cái nạo

すり鉢

vữa

バーベキュー

vỉ nướng

かまど

ngọn lửa trần

まな板

cái thớt

麺棒

trục cán bột

栓抜き

cái mở nút chai

缶

vỏ đồ hộp

缶切り

cái mở vỏ đồ hộp

鍋つかみ

miếng nhấc nồi

流し

bồn rửa bát

ブラシ

bàn chải

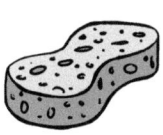

スポンジ

miếng xốp

ミキサー

máy xay

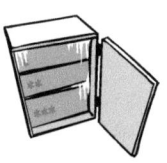

冷凍庫

tủ đông lạnh

哺乳瓶

bình sữa cho trẻ sơ sinh

蛇口

vòi nước

浴室
phòng tắm

ヒーター
lò sưởi

シャワー
vòi hoa sen

タオル
khăn lau

シャワーカーテン
rèm che ngăn tắm

泡風呂
tắm bọt

浴槽
bồn tắm

グラス
cốc thủy tinh

洗濯機
máy giặt

蛇口
vòi nước

タイル
gạch lát

おまる
cái bô

流し
bồn rửa bát

トイレ
bồn cầu

和式トイレ
bồn cầu ngồi xổm

ビデ
bồn rửa hậu môn

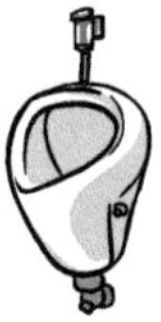

小便器
bồn tiểu tiện

トイレットペーパー
giấy vệ sinh

トイレブラシ
bàn chải cọ bồn cầu

歯ブラシ

bàn chải đánh răng

歯みがき

kem đánh răng

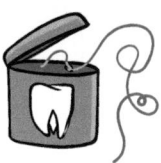

デンタルフロス

chỉ nha khoa

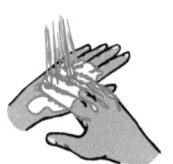

洗う

rửa

シャワーヘッド

vòi sen cầm tay

ハンドビデ

vòi rửa hậu môn

洗面台

bồn rửa

ボディブラシ

bàn chải cọ lưng

石鹸

xà phòng

シャワー用ジェル

sữa tắm

シャンプー

dầu gội

浴用タオル

khăn cọ để tắm

排水口

lỗ thoát nước

クリーム

kem

消臭

chất khử mùi

浴室 - phòng tắm

鏡
gương

手鏡
gương tay

かみそり
dao cạo râu

シェービング・フォーム
kem cạo râu

アフターシェーブローショ
ン
nước thơm dùng sau khi
cạo râu

櫛
cái lược

ブラシ
bàn chải

ドライヤー
máy xấy tóc

ヘアスプレー
keo xịt tóc

化粧
đồ trang điểm

口紅
thỏi son môi

マニキュア
sơn bôi móng

脱脂綿
bông

爪切り
kéo cắt móng

香水
nước hoa

洗面用具入れ

túi đựng đồ tắm

スツール

ghế đẩu

体重計

cái cân

バスローブ

áo choàng tắm

ゴム手袋

găng tay làm vệ sinh

タンポン

nút gạc

生理用ナプキン

băng vệ sinh

ケミカルトイレ

nhà vệ sinh hóa chất

子供部屋

phòng trẻ em

目覚まし時計
đồng hồ báo thức
ぬいぐるみ
thú bông
おもちゃの自動車
xe đồ chơi
がらがら
cái lúc lắc
ドール・ハウス
nhà búp bê
プレゼント
món quà

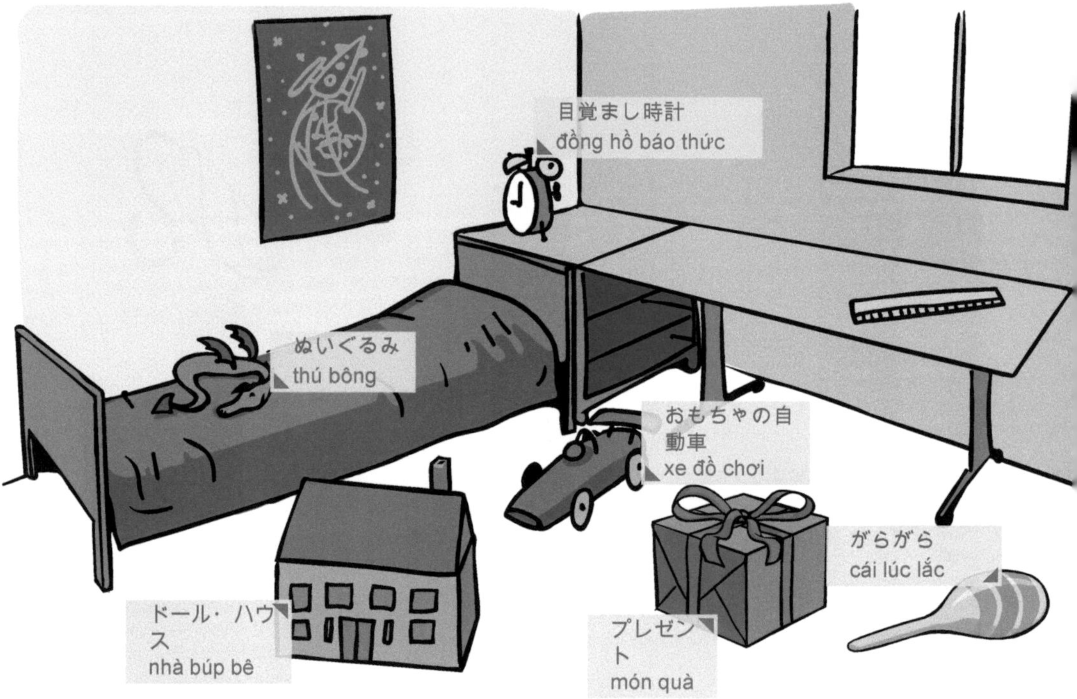

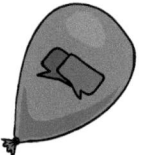

風船

bong bóng

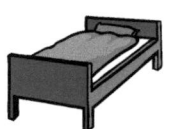

ベッド

giường

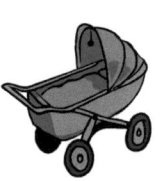

ベビーカー

xe nôi

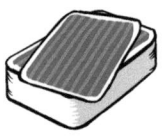

カードゲーム

trò chơi bài

ジグソーパズル

trò chơi ghép hình

SUPER MEGA

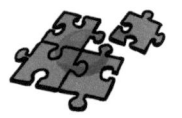

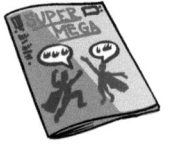

漫画

truyện tranh

レゴ

gạch Lego

玩具ブロック

khối xếp hình

アクションフィギュア

nhân vật hành động

ロンパース

áo liền quần cho trẻ sơ sinh

フリスビー

đĩa nhựa để ném

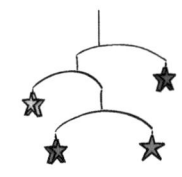

モバイル

đồ chơi treo trên giường

ボードゲーム

trò chơi cờ bàn

さいころ

xúc xắc

鉄道模型

đồ chơi xe lửa mô hình

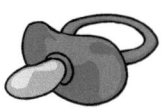

おしゃぶり

ti giả

パーティー

buổi tiệc

絵本

sách tranh

ボール

quả bóng

人形

búp bê

遊ぶ

chơi

砂場

hố cát

ブランコ

cái đu

おもちゃ

đồ chơi

ゲーム機

máy chơi game cầm tay

三輪車

xe ba bánh

テディベア

gấu bông

衣装ダンス

tủ quần áo

衣服
y phục

靴下

bít tất

ストッキング

bít tất dài

タイツ

quần tất

スカーフ
khăn choàng cổ

ベルト
dây thắt lưng

雨傘
ô che mưa

Tシャツ
áp phông

スニーカー
giày sneaker

ブーツ
ủng

スリッパ
dép đi trong nhà

サンダル
....
dép xăng đan

靴
....
giày

ゴム長靴
....
ủng cao su

パンツ
....
quần lót

ブラ
....
áo ngực

ベスト
....
áo vest

衣服 - y phục

45

ボディースーツ

áo ôm sát cơ thể

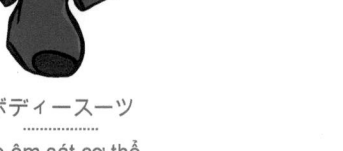

ズボン

quần dài

ジーンズ

quần bò

スカート

váy

ブラウス

áo cánh

シャツ

áo sơ mi

セーター

áo len chui đầu

パーカー

áo len

ブレザー

áo blazer

ジャケット

áo jacket

コート

áo khoác

レインコート

áo mưa

服装

trang phục

ドレス

áo váy

ウェディングドレス

áo cưới

衣服 - y phục

スーツ

bộ com lê

ナイトガウン

áo ngủ

パジャマ

pijama

サリー

trang phục sari

ヘッドスカーフ

khăn trùm đầu

ターバン

khăn đội đầu

ブルカ

áo burka

カフタン

áo captan

アバヤ

áo aba

水着

quần áo bơi

トランクス

quần bơi

半ズボン

quần đùi

スウェットスーツ

quần áo tracksuit

エプロン

tạp dề

手袋

găng tay

ボタン

cái cúc

メガネ

kính mắt

ブレスレット

vòng đeo tay

ネックレス

vòng cổ

指輪

nhẫn

イヤリング

hoa tai

帽子

mũ lưỡi trai

ハンガー

cái mắc treo áo quần

帽子

mũ

ネクタイ

cà vạt

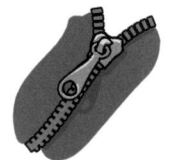

ファスナー

dây kéo phéc mơ tuya

ヘルメット

mũ bảo hiểm

サスペンダー

dây đeo quần

制服

đồng phục học sinh

ユニフォーム

đồng phục

よだれかけ

yếm trẻ em

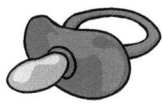

おしゃぶり

ti giả

おむつ

tã lót

オフィス
văn phòng

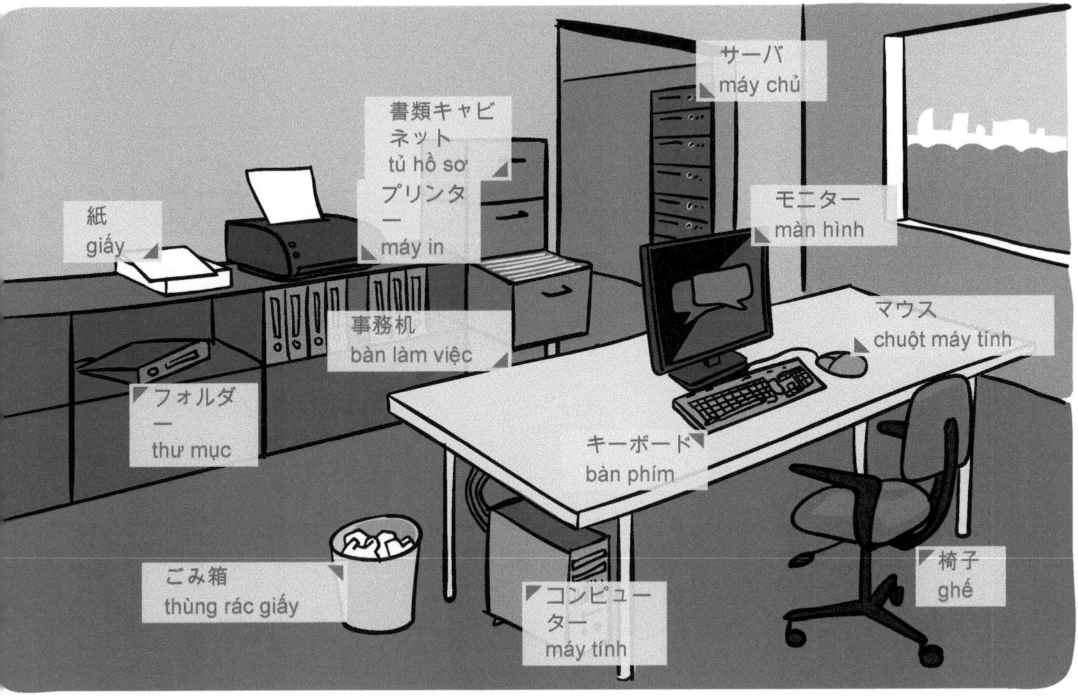

サーバ
máy chủ

書類キャビネット
tủ hồ sơ

プリンター
máy in

モニター
màn hình

紙
giấy

マウス
chuột máy tính

事務机
bàn làm việc

フォルダー
thư mục

キーボード
bàn phím

椅子
ghế

ごみ箱
thùng rác giấy

コンピューター
máy tính

コーヒーマグ

cốc cà phê

計算機

máy tính bỏ túi

インターネット

internet

ラップトップ

laptop

手紙

thư

メッセージ

tin nhắn

携帯電話

điện thoại di động

ネットワーク

mạng

コピー機

máy photocopy

ソフトウェア

phần mềm

電話

điện thoại

コンセント

ổ cắm điện

ファックス

máy fax

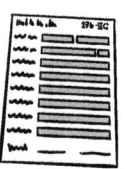

フォーム

mẫu đơn

書類

chứng từ

買う

mua

支払う

trả tiền

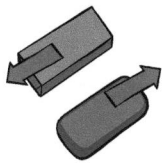

取引する

buôn bán

お金

tiền

ドル

đô la

ユーロ

Euro

円

yên

ルーブル

rúp

スイスフラン

franc Thụy Sĩ

人民元

nhân dân tệ

ルピー

rupi

キャッシュポイント

máy rút tiền tự động

両替所

quầy đổi tiền

金

vàng

銀

bạc

油

dầu

エネルギー

năng lượng

価格

giá tiền

契約

hợp đồng

税金

thuế

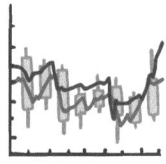

株

cổ phiếu

働く

làm việc

従業員

nhân viên

雇用主

chủ lao động

工場

nhà máy

ショップ

cửa hiệu

警察官
nhân viên cảnh sát

消防士
lính cứu hỏa

コック
đầu bếp

医師
bác sĩ

パイロット
phi công

庭師

người làm vườn

大工

thợ mộc

お針子

thợ may

裁判官

chánh án

化学者

nhà hóa học

俳優

diễn viên

バスの運転手

tài xế xe buýt

タクシー運転手

người lái taxi

漁師

ngư dân

掃除婦

người lau dọn vệ sinh

屋根ふき職人

thợ lợp mái nhà

ウェイター

bồi bàn

ハンター

thợ săn

塗装工

họa sĩ

パン屋

thợ làm bánh

電気工

thợ điện

建設作業員

thợ xây dựng

エンジニア

kỹ sư

肉屋

người hàng thịt

配管工

thợ sửa ống nước

郵便配達人

người đưa thư

軍人

người lính

建築家

kiến trúc sư

レジ係

nhân viên thu ngân

花屋

người bán hoa

美容師

thợ cắt tóc

車掌

nhân viên soát vé

機械工

thợ cơ khí

キャプテン

thuyền trưởng

歯科医

nha sĩ

科学者

nhà khoa học

ラビ

giáo sĩ Do thái

イスラム導師

lãnh tụ Hồi giáo

修道士

nhà sư

牧師

mục sư

職業 - nghề nghiệp

道具

dụng cụ

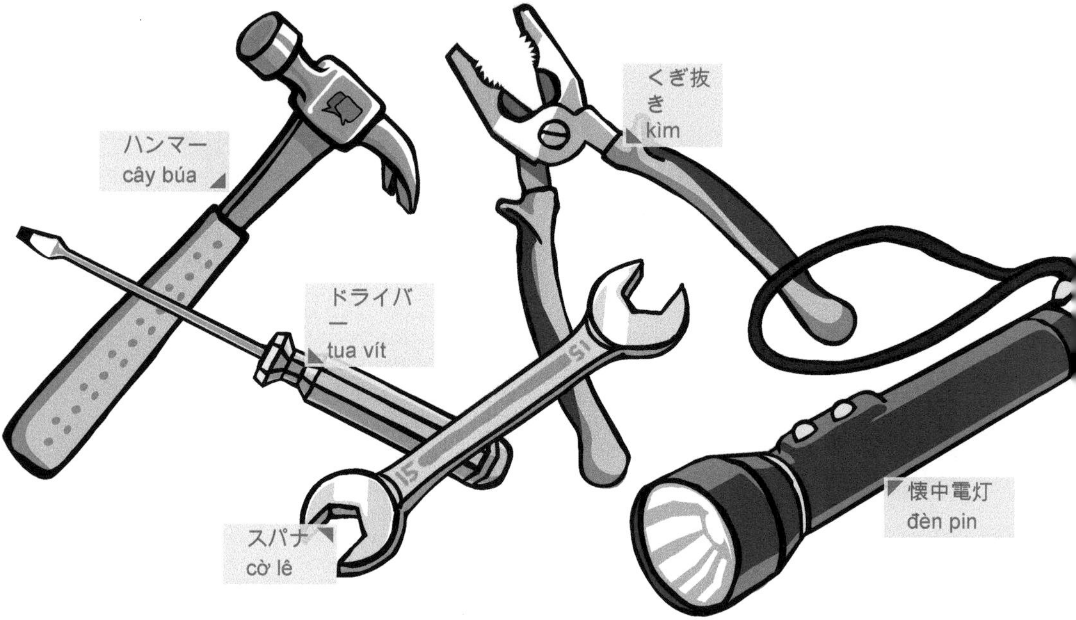
ハンマー
cây búa
くぎ抜き
kìm
ドライバー
tua vít
スパナ
cờ lê
懐中電灯
đèn pin

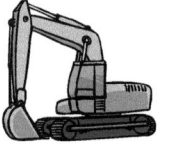

掘削機

máy xúc đất

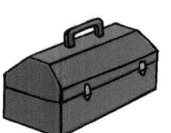

道具箱

hộp dụng cụ

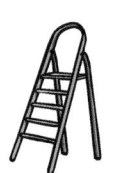

はしご

cái thang

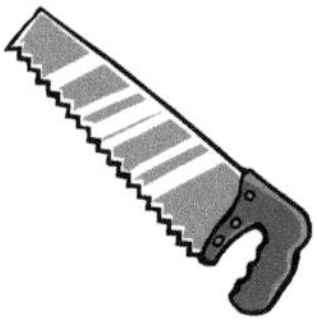

のこぎり

cưa

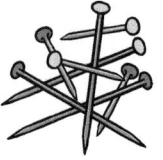

釘

đinh

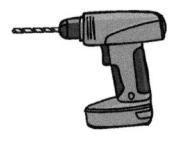

ドリル

máy khoan

修理する

sửa chữa

シャベル

cái xẻng

クソ！

khốn nạn!

ちりとり

cái hót rác

ペンキ缶

thùng sơn

ネジ

vít

楽器

nhạc cụ

打楽器
bộ trống

スピーカ
loa

ギター
đàn ghi ta

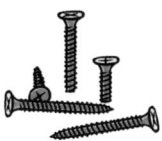

コントラバス
đàn công tra bát

トランペット
kèn trompet

ピアノ

đàn piano

バイオリン

đàn vĩ cầm

バス

ghi ta bass

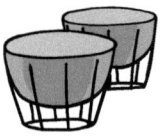

ティンパニ

trống định âm

ドラム

trống

キーボード

đàn organ

サックス

kèn Saxophone

フルート

sáo

マイクロフォン

micro

動物園

vườn bách thú

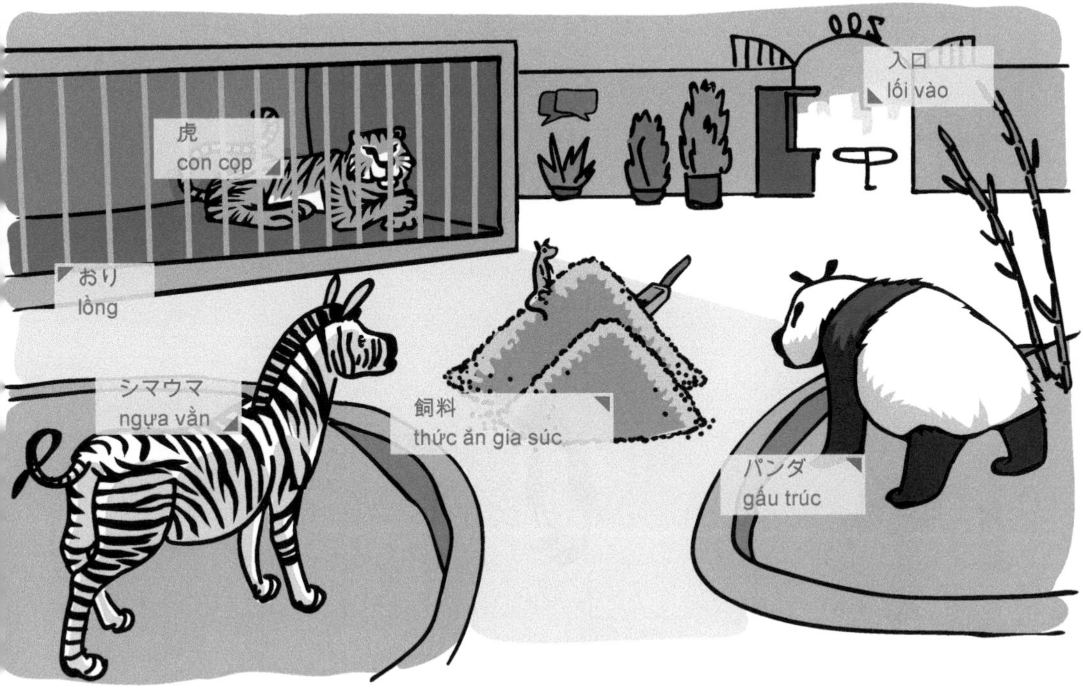

入口
lối vào
虎
con cọp
おり
lồng
シマウマ
ngựa vằn
飼料
thức ăn gia súc
パンダ
gấu trúc

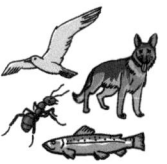

動物

động vật

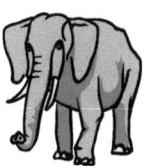

象

con voi

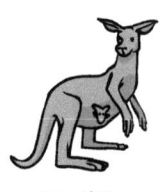

カンガルー

chuột túi

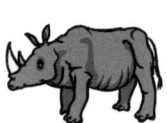

サイ

tê giác

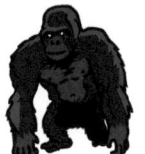

ゴリラ

khỉ đột

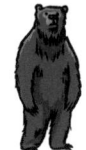

熊

con gấu

ラクダ

lạc đà

ダチョウ

đà điểu

ライオン

sư tử

猿

con khỉ

フラミンゴ

hồng hạc

オウム

con vẹt

白クマ

gấu bắc cực

ペンギン

chim cánh cụt

サメ

cá mập

クジャク

con công

蛇

con rắn

ワニ

cá sấu

飼育係

người trông giữ vườn bách
thú

アザラシ

hải cẩu

ジャガー

báo đốm

ポニー

ngựa lùn

ヒョウ

con báo

カバ

hà mã

キリン

hươu cao cổ

鷲

đại bàng

雄豚

heo rừng

魚

cá

亀

con rùa

セイウチ

hải mã

狐

con cáo

ガゼル

linh dương

スポーツ
thể thao

アメフト
bóng bầu dục Mỹ

サイクリング
đua xe đạp

テニス
quần vợt

バスケット
ボール
bóng rổ

水泳
bơi

ボクシング
đấm bốc

アイスホッケー
khúc côn cầu trên băng

サッカー

bóng đá

バドミントン

cầu lông

陸上競技

điền kinh

ハンドボール

bóng ném

スキー

trượt tuyết

ポロ

polo

跳ぶ
nhảy

笑う
cười

抱きしめる
ôm

歩く
đi bộ

歌う
ca hát

祈る
cầu nguyện

キス
hôn

夢見る
mơ

書く
viết

描く
vẽ

示す
chỉ trỏ

押す
đẩy

与える
cho

取る
lấy đi

持っている
....
có

する
....
làm

ある
....
thì / là

立つ
....
đứng

走る
....
chạy

引く
....
kéo

投げる
....
ném

落ちる
....
rơi

横たわっている
....
nằm

待つ
....
chờ đợi

運ぶ
....
mang vác

座る
....
ngồi

着る
....
mặc quần áo

眠る
....
ngủ

目が覚める
....
thức dậy

見る

xem

泣く

khóc

なでる

vuốt ve

櫛ですく

chải

話す

nói chuyện

理解する

hiểu

質問する

câu hỏi

聞く

nghe

飲む

uống

食べる

ăn

片づける

dọn dẹp

愛する

yêu

料理する

nấu nướng

運転する

lái xe

飛ぶ

bay

ヨットに乗る

đi thuyền buồm

計算する

tính toán

読む

đọc

学ぶ

học

働く

làm việc

結婚する

cưới

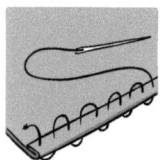

縫う

khâu vá

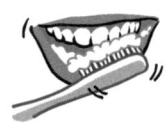

歯を磨く

đánh răng

殺す

giết

喫煙する

hút thuốc

送る

gửi đi

祖母
bà nội (ngoại)

祖父
ông nội (ngoại)

父
cha

母
mẹ

赤ん坊
trẻ con

娘
con gái

息子
con trai

お客様

khách

おば

cô (dì)

おじ

chú, bác (cậu)

兄弟

anh (em) trai

姉妹

chị (em) gái

体

cơ thể

ひたい
trán
目
mắt
顔
mặt
あご
cằm
胸
ngực
指
ngón tay
手
bàn tay
腕
cánh tay
肩
vai
脚
chân

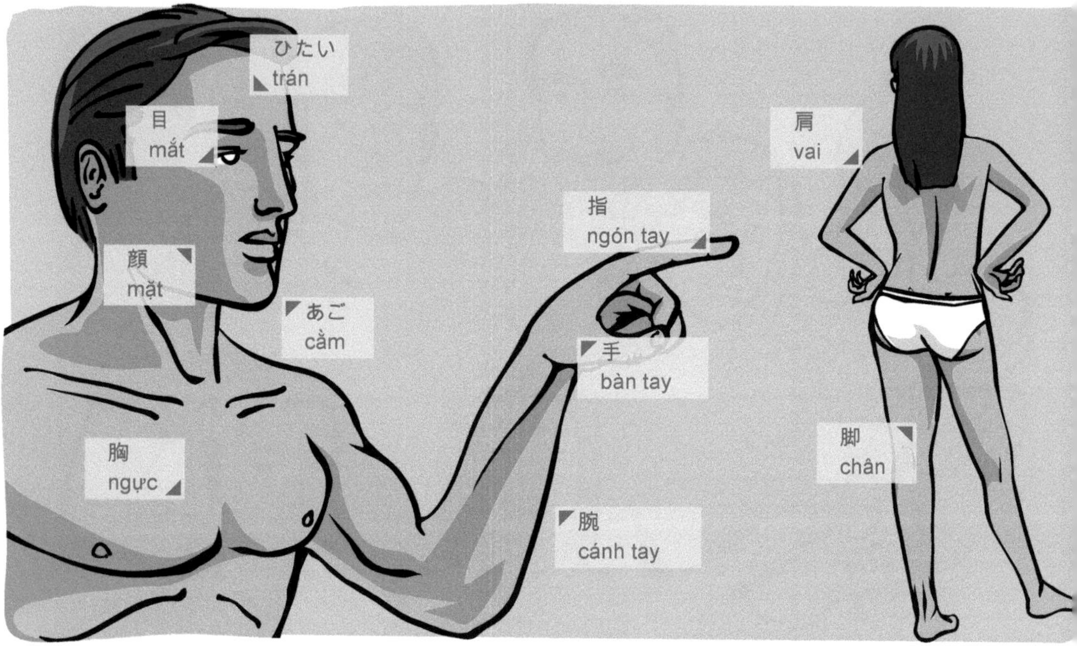

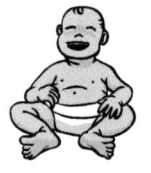

赤ん坊
trẻ con

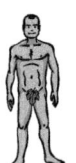

男性
đàn ông

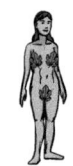

女性
phụ nữ

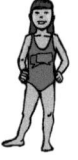

少女
bé gái

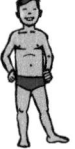

少年
bé trai

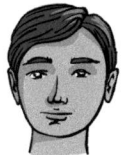

頭
đầu

背中
lưng

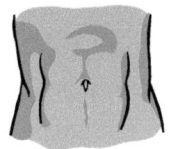

腹
bụng

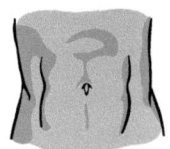

へそ
rốn

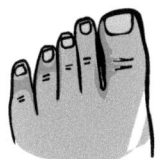

足指
ngón chân

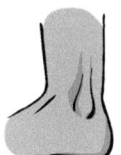

かかと
gót chân

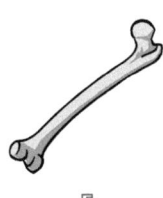

骨
xương

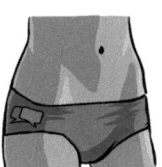

腰
hông

ひざ
đầu gối

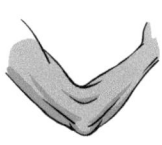

ひじ
khuỷu tay

鼻
mũi

尻
mông

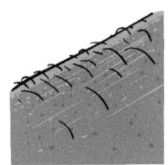

皮膚
da

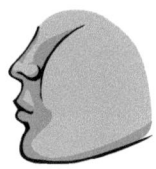

頬
má

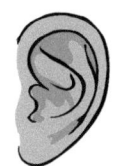

耳
tai

唇
môi

体 - cơ thể

69

口
miệng

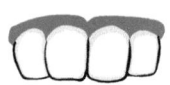

歯
răng

舌
lưỡi

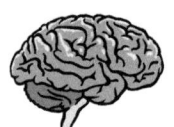

脳
não

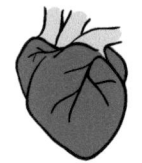

心臓
tim

筋肉
cơ bắp

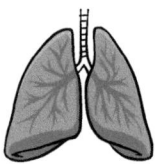

肺
phổi

肝臓
gan

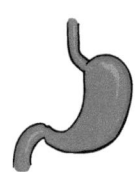

胃
dạ dày

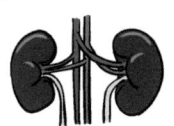

腎臓
thận

セックス
giao hợp

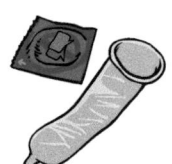

コンドーム
bao cao su

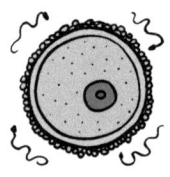

卵細胞
noãn

精液
tinh dịch

妊娠
mang thai

体 - cơ thể

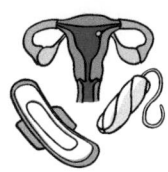

月経

kinh nguyệt

膣

âm vật

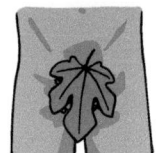

ペニス

dương vật

眉

lông mày

髪

tóc

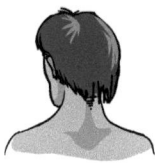

首

cổ

病院

bệnh viện

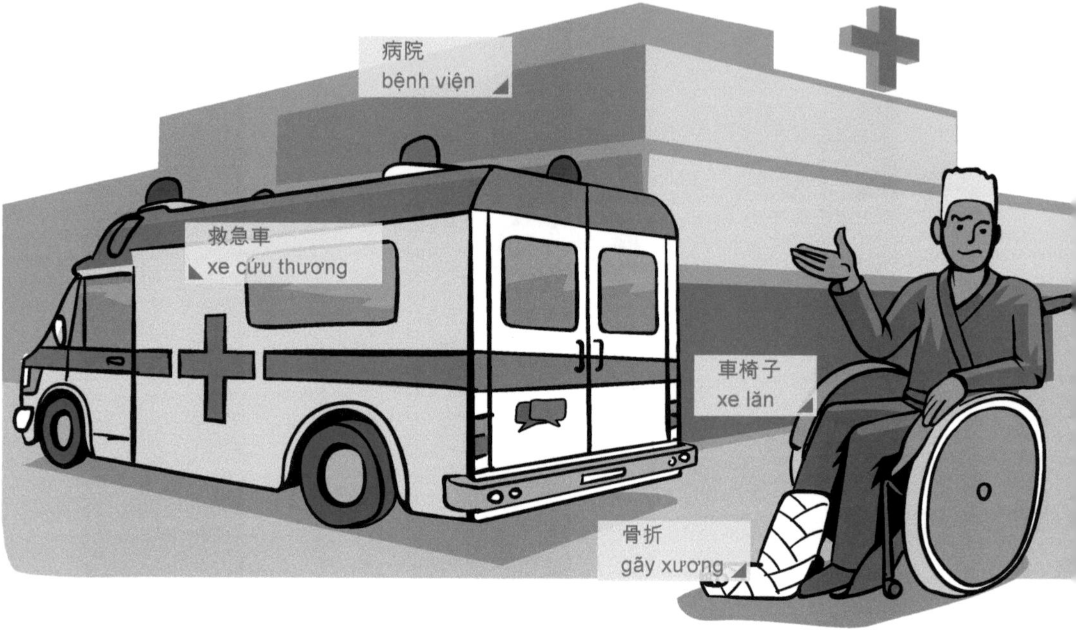

病院
bệnh viện
救急車
xe cứu thương
車椅子
xe lăn
骨折
gãy xương

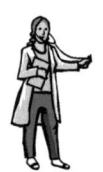

医師

bác sĩ

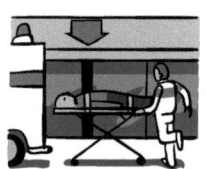

救急治療室

phòng cấp cứu

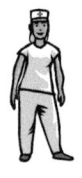

看護師

y tá

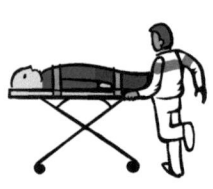

救急

cấp cứu

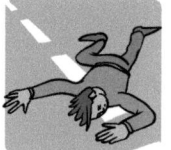

失神

bất tỉnh

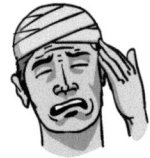

痛み

cơn đau

けが

bị thương

出血

chảy máu

心臓発作

nhồi máu cơ tim

脳卒中

đột quỵ

アレルギー

dị ứng

咳

ho

熱

sốt

インフルエンザ

cúm

下痢

tiêu chảy

頭痛

đau đầu

癌

ung thư

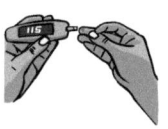

糖尿病

bệnh tiểu đường

外科医

bác sĩ phẫu thuật

外科用メス

dao mổ

手術

giải phẫu

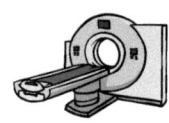

CT

chụp cắt lớp

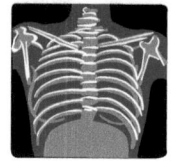

レントゲン

chụp x-quang

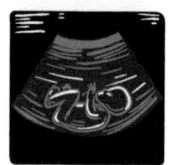

超音波

siêu âm

マスク

mặt nạ

病気

bệnh

待合室

phòng đợi

松葉づえ

cái nạng

ばんそうこう

băng dán vết thương

包帯

băng bó

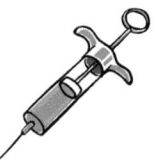

注射

tiêm thuốc

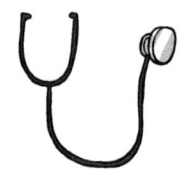

聴診器

ống nghe khám bệnh

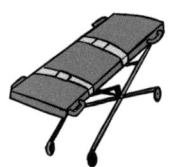

担架

băng ca

体温計

nhiệt kế

出産

sinh đẻ

肥満

thừa cân

補聴器

máy trợ thính

消毒剤

chất khử trùng

感染

nhiễm trùng

ウイルス

vi rút

HIV / エイズ

HIV / AIDS

内服薬

thuốc

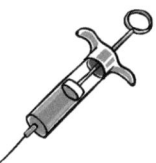

予防接種

tiêm chủng

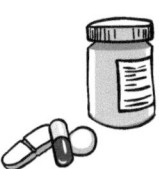

錠剤

thuốc viên

ピル

viên thuốc

緊急電話

gọi cấp cứu

血圧計

máy đo huyết áp

病気の / 健康な

bệnh / khỏe mạnh

病院 - bệnh viện

助けて！

cứu!

アラーム

báo động

暴行

cuộc đột kích

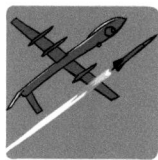

攻撃

sự tấn công

危険

mối nguy hiểm

非常口

lối thoát hiểm

火事だ！

cháy!

消火器

bình chữa cháy

事故

tai nạn

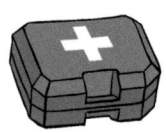

救急箱

bộ dụng cụ sơ cứu

SOS

SOS

警察

cảnh sát

ヨーロッパ

châu Âu

北米

Bắc Mỹ

南米

Nam Mỹ

アフリカ

châu Phi

アジア

châu Á

オーストラリア

châu Úc

大西洋

Đại Tây Dương

太平洋

Thái Bình Dương

インド洋

Ấn Độ Dương

南極海

Nam Cực Dương

北極海

Bắc Băng Dương

北極

bắc cực

南極

nam cực

南極大陸

nam cực

地球

trái đất

陸

đất liền

海

biển

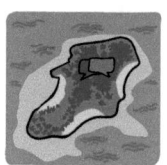

島

đảo

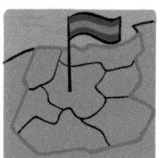

国家

quốc gia

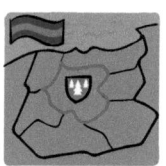

国家

nhà nước

文字盤

mặt đồng hồ

短針

kim chỉ giờ

長針

kim chỉ phút

秒針

kim chỉ giây

何時ですか？

Bây giờ là mấy giờ?

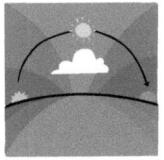

日

ngày

時間

thời gian

現在

bây giờ

デジタル時計

đồng hồ điện tử

分

phút

時間

giờ

週
tuần lễ

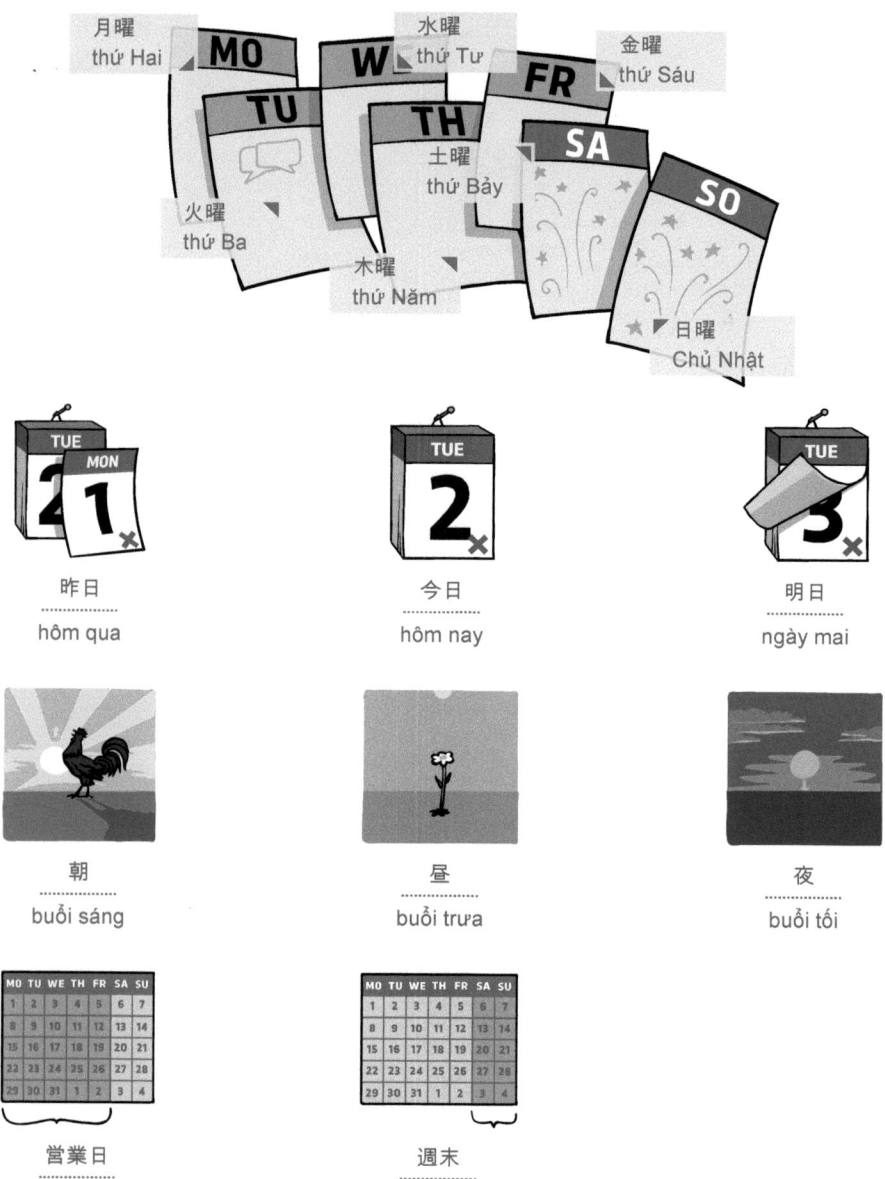

月曜 thứ Hai
MO
W 水曜 thứ Tư
金曜 thứ Sáu
FR
TU
TH
火曜 thứ Ba
土曜 thứ Bảy
SA
SO
木曜 thứ Năm
日曜 Chủ Nhật

昨日
hôm qua

今日
hôm nay

明日
ngày mai

朝
buổi sáng

昼
buổi trưa

夜
buổi tối

営業日
ngày làm việc

週末
cuối tuần

年

năm

雨
mưa
虹
cầu vồng
雪
tuyết
風
gió
春
mùa xuân
秋
mùa thu
夏
mùa hè
冬
mùa đông

4.APRIL 11°
5.APRIL 4°
6.APRIL 13°
7.APRIL 8°
8.APRIL 10°

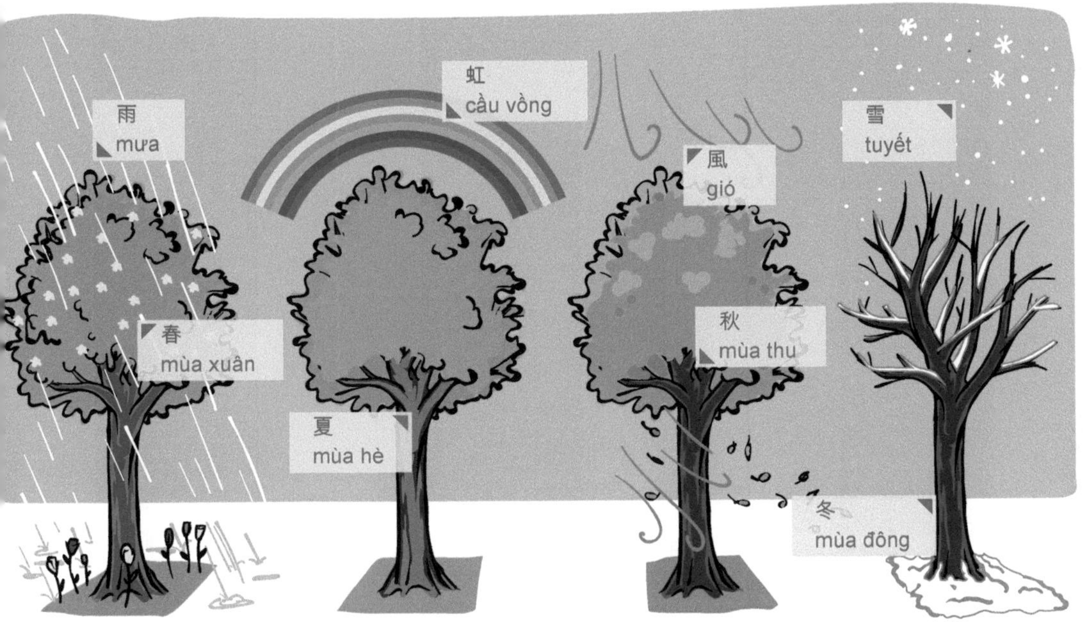

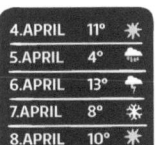

天気予報

dự báo thời tiết

F C

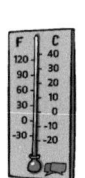

温度計

nhiệt kế

日差し

ánh nắng

雲

mây

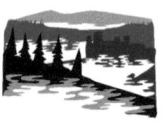

霧

sương mù

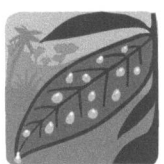

湿度

độ ẩm không khí

雷

tia chớp

雷

sấm sét

嵐

cơn bão

ひょう

mưa đá

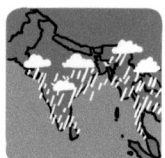

季節風

gió mùa

洪水

lũ lụt

氷

nước đá

1月

tháng Một

2月

tháng Hai

3月

tháng Ba

4月

tháng Tư

5月

tháng Năm

6月

tháng Sáu

7月

tháng Bảy

8月

tháng Tám

9月
....
tháng Chín

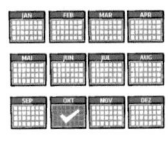

10月
....
tháng Mười

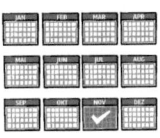

11月
....
tháng Mười Một

12月
....
tháng Mười Hai

形
hình dạng

円
....
hình tròn

正方形
....
hình vuông

長方形
....
hình chữ nhật

三角
....
hình tam giác

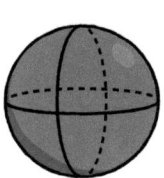

球
....
hình cầu

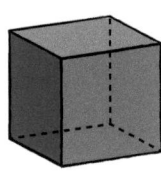

立方体
....
khối vuông

白

màu trắng

黄

màu vàng

オレンジ

màu cam

ピンク

màu hồng

赤

màu đỏ

紫

màu tím

青

màu xanh dương

緑

màu xanh lá cây

茶

màu nâu

灰色

màu xám

黒

màu đen

多い ／ 少ない

nhiều / ít

怒っている／
落ち着いている

tức tối / điềm tĩnh

美しい ／ 醜い

xinh đẹp / xấu xí

初め ／ 終わり

bắt đầu / kết thúc

大きい ／ 小さい

to / nhỏ

明るい ／ 暗い

sáng / tối

兄弟 ／ 姉妹

anh (em) trai / chị (em) gái

清潔な ／ 汚い

sạch / bẩn

完全な ／ 不完全な

đủ / thiếu

日中 ／ 夜

ngày / đêm

死んだ ／ 生きている

chết / sống

幅広い ／ 狭い

rộng / chật hẹp

食べられる　/
食べられない
ăn được / không ăn được

悪意のある　/　親切な
ác / tử tế

興奮している　/
退屈している
hào hứng / chán nản

太った　/　痩せた
béo / gầy

最初に　/　最後に
đầu tiên / cuối cùng

友人　/　敵
bạn / thù

いっぱいの　/　空の
đầy / rỗng

硬い　/　柔らかい
cứng / mềm

重い　/　軽い
nặng / nhẹ

空腹　/　喉の渇き
đói / khát

病気の　/　健康な
bệnh / khỏe mạnh

違法な　/　合法な
bất hợp pháp / hợp pháp

賢い　/　愚かな
thông minh / ngu

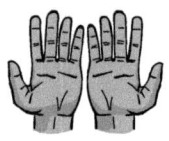

左に　/　右に
trái / phải

近い　/　遠い
gần / xa

新しい / 中古の

mới / cũ

何もない / 何かある

không có gì cả / có cái gì đó

老いた / 若い

già / trẻ

オン / オフ

bật / tắt

開いている /
閉まっている

mở / đóng

静かな / うるさい

im lặng / ồn ào

裕福な / 貧乏な

giàu / nghèo

正しい / 間違っている

đúng / sai

粗い / なめらか

sần sùi / mịn màng

悲しい / 幸せな

buồn / vui

短い / 長い

ngắn / dài

ゆっくり / 速い

chậm / nhanh

濡れた / 乾いた

ẩm ướt / khô ráo

温かい / 冷たい

ấm áp / mát mẻ

戦争 / 平和

chiến tranh / hòa bình

反対 - đối lập

con số

0

ゼロ

số không

1

1

một

2

2

hai

3

3

ba

4

4

bốn

5

5

năm

6

6

sáu

7

7

bảy

8

8

tám

9

9

chín

10

10

mười

11

11

mười một

12

12
....
mười hai

13

13
....
mười ba

14

14
....
mười bốn

15

15
....
mười lăm

16

16
....
mười sáu

17

17
....
mười bảy

18

18
....
mười tám

19

19
....
mười chín

20

20
....
hai mươi

100

100
....
một trăm

1.000

1000
....
một ngàn

1.000.000

100万
....
một triệu

英語

tiếng Anh

アメリカ英語

tiếng Anh Mỹ

中国標準語

tiếng Quan Thoại

ヒンディー語

tiếng Hin-di

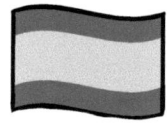

スペイン語

tiếng Tây Ban Nha

フランス語

tiếng Pháp

アラビア語

tiếng Ả-rập

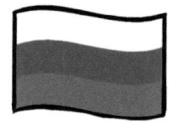

ロシア語

tiếng Nga

ポルトガル語

tiếng Bồ Đào Nha

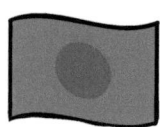

ベンガル語

tiếng Bengal

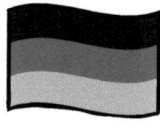

ドイツ語

tiếng Đức

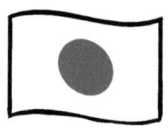

日本語

tiếng Nhật

私

tôi

あなた

bạn

彼 / 彼女 / それ

anh ta / cô ta / nó

私たち

chúng tôi

あなたたち

các bạn

彼ら

họ

誰？

ai?

何？

cái gì?

どうやって？

như thế nào?

どこ？

ở đâu?

いつ？

lúc nào?

名前

tên

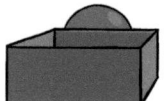

後ろ

phía sau

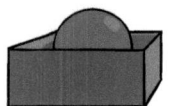

中

ở trong

前

phía trước

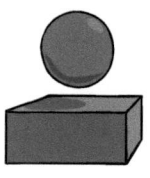

上

phía trên

上

ở trên

下

ở dưới

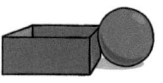

横

bên cạnh

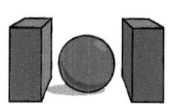

間

ở giữa

場所

chỗ